Encourage Others
One Day at a Time

Lisa M Buske

ISBN: 0615846165
ISBN-13:9780615846163

DEDICATION

To the matriarchs in my family
modeling the importance
& blessings experienced
when we encourage others

CONTENTS

ACKNOWLEDGMENTS

As a child I watched my Mom, Gram, great-aunts, and aunts dedicate time to send cards and share baked good with those needing a pick-me-up.

Births, deaths, wedding anniversaries, and celebrations were recorded on "the" calendar. At the close of each year, they were transferred to following year's calendar so no one would be forgotten.

A name written meant there was a reason to pray and encourage someone on that date. In addition to prayer, tangible remembrance and celebration blessed them too on occasion.

A tradition I pray to pass on to my daughter, grandchildren, and hopefully YOU.

This book is divided by the months of the year. Each month then has four categories to organize your information.

These are: birthdays, wedding anniversaries, Anniversaries of Death, and miscellaneous dates someone might need a little encouragement.

Keep this resource with your address book, near the telephone, or in your purse. You never know when there will be cause to add a new life event and opportunity to bless and encourage someone else.

HOW TO USE THIS BOOK

- Add family, friends, and others you send cards and/or gifts to throughout the year
- During the year pay attention to the lives of those around you.
- When situations arise -- such as a loss, a goal reached, "a difficult time of year", or whatever it might be…add their name and event to the appropriate month
- This is the important part ~ say a prayer, send a note or card, call, text, email, or message this person, or family to let them know you are thinking of them.
- A little encouragement from you will remind them they are loved, appreciated, and cared for.
- A little encouragement from you might be the difference:
    - between despair or hope
    - dwelling in the pain of the past or moving forward in faith

JANUARY BIRTHDAYS

1 ____________________
2 ____________________
3 ____________________
4 ____________________
5 ____________________
6 ____________________
7 ____________________
8 ____________________
9 ____________________
10 ____________________
11 ____________________
12 ____________________
13 ____________________
14 ____________________
15 ____________________
16 ____________________
17 ____________________
18 ____________________
19 ____________________
20 ____________________
21 ____________________
22 ____________________
23 ____________________
24 ____________________
25 ____________________
26 ____________________
27 ____________________
28 ____________________
29 ____________________
30 ____________________
31 ____________________

JANUARY
WEDDING ANNIVERSARIES

1 ____
2 ____
3 ____
4 ____
5 ____
6 ____
7 ____
8 ____
9 ____
10 _______________________________________
11 _______________________________________
12 _______________________________________
13 _______________________________________
14 _______________________________________
15 _______________________________________
16 _______________________________________
17 _______________________________________
18 _______________________________________
19 _______________________________________
20 _______________________________________
21 _______________________________________
22 _______________________________________
23 _______________________________________
24 _______________________________________
25 _______________________________________
26 _______________________________________
27 _______________________________________
28 _______________________________________
29 _______________________________________
30 _______________________________________
31 _______________________________________

JANUARY
ANNIVERSARIES OF DEATH

1 __________
2 __________
3 __________
4 __________
5 __________
6 __________
7 __________
8 __________
9 __________
10 __________
11 __________
12 __________
13 __________
14 __________
15 __________
16 __________
17 __________
18 __________
19 __________
20 __________
21 __________
22 __________
23 __________
24 __________
25 __________
26 __________
27 __________
28 __________
29 __________
30 __________
31 __________

MISCELLANEOUS DATES TO REMEMBER FOR JANUARY

1 __________
2 __________
3 __________
4 __________
5 __________
6 __________
7 __________
8 __________
9 __________
10 __________
11 __________
12 __________
13 __________
14 __________
15 __________
16 __________
17 __________
18 __________
19 __________
20 __________
21 __________
22 __________
23 __________
24 __________
25 __________
26 __________
27 __________
28 __________
29 __________
30 __________
31 __________

FEBRUARY BIRTHDAYS

1 ____________________
2 ____________________
3 ____________________
4 ____________________
5 ____________________
6 ____________________
7 ____________________
8 ____________________
9 ____________________
10 ____________________
11 ____________________
12 ____________________
13 ____________________
14 ____________________
15 ____________________
16 ____________________
17 ____________________
18 ____________________
19 ____________________
20 ____________________
21 ____________________
22 ____________________
23 ____________________
24 ____________________
25 ____________________
26 ____________________
27 ____________________
28 ____________________
29 ____________________

FEBRUARY
WEDDING ANNIVERSARIES

1 ____________________
2 ____________________
3 ____________________
4 ____________________
5 ____________________
6 ____________________
7 ____________________
8 ____________________
9 ____________________
10 ____________________
11 ____________________
12 ____________________
13 ____________________
14 ____________________
15 ____________________
16 ____________________
17 ____________________
18 ____________________
19 ____________________
20 ____________________
21 ____________________
22 ____________________
23 ____________________
24 ____________________
25 ____________________
26 ____________________
27 ____________________
28 ____________________
29 ____________________

FEBRUARY
ANNIVERSARIES OF DEATH

1 ___
2 ___
3 ___
4 ___
5 ___
6 ___
7 ___
8 ___
9 ___
10 ___
11 ___
12 ___
13 ___
14 ___
15 ___
16 ___
17 ___
18 ___
19 ___
20 ___
21 ___
22 ___
23 ___
24 ___
25 ___
26 ___
27 ___
28 ___
29 ___

MISCELLANEOUS DATES TO REMEMBER FOR FEBRUARY

1 ____

2 ____

3 ____

4 ____

5 ____

6 ____

7 ____

8 ____

9 ____

10 _______________________________________

11 _______________________________________

12 _______________________________________

13 _______________________________________

14 _______________________________________

15 _______________________________________

16 _______________________________________

17 _______________________________________

18 _______________________________________

19 _______________________________________

20 _______________________________________

21 _______________________________________

22 _______________________________________

23 _______________________________________

24 _______________________________________

25 _______________________________________

26 _______________________________________

27 _______________________________________

28 _______________________________________

29 _______________________________________

MARCH BIRTHDAYS

1 ____
2 ____
3 ____
4 ____
5 ____
6 ____
7 ____
8 ____
9 ____
10 _______________________________________
11 _______________________________________
12 _______________________________________
13 _______________________________________
14 _______________________________________
15 _______________________________________
16 _______________________________________
17 _______________________________________
18 _______________________________________
19 _______________________________________
20 _______________________________________
21 _______________________________________
22 _______________________________________
23 _______________________________________
24 _______________________________________
25 _______________________________________
26 _______________________________________
27 _______________________________________
28 _______________________________________
29 _______________________________________
30 _______________________________________
31 _______________________________________

MARCH
WEDDING ANNIVERSARIES

1 ____________________
2 ____________________
3 ____________________
4 ____________________
5 ____________________
6 ____________________
7 ____________________
8 ____________________
9 ____________________
10 ____________________
11 ____________________
12 ____________________
13 ____________________
14 ____________________
15 ____________________
16 ____________________
17 ____________________
18 ____________________
19 ____________________
20 ____________________
21 ____________________
22 ____________________
23 ____________________
24 ____________________
25 ____________________
26 ____________________
27 ____________________
28 ____________________
29 ____________________
30 ____________________
31 ____________________

MARCH
ANNIVERSARIES OF DEATH

1 ____________________
2 ____________________
3 ____________________
4 ____________________
5 ____________________
6 ____________________
7 ____________________
8 ____________________
9 ____________________
10 ____________________
11 ____________________
12 ____________________
13 ____________________
14 ____________________
15 ____________________
16 ____________________
17 ____________________
18 ____________________
19 ____________________
20 ____________________
21 ____________________
22 ____________________
23 ____________________
24 ____________________
25 ____________________
26 ____________________
27 ____________________
28 ____________________
29 ____________________
30 ____________________
31 ____________________

MISCELLANEOUS DATES TO REMEMBER FOR MARCH

1 ____

2 ____

3 ____

4 ____

5 ____

6 ____

7 ____

8 ____

9 ____

10 ____

11 ____

12 ____

13 ____

14 ____

15 ____

16 ____

17 ____

18 ____

19 ____

20 ____

21 ____

22 ____

23 ____

24 ____

25 ____

26 ____

27 ____

28 ____

29 ____

30 ____

31 ____

APRIL BIRTHDAYS

1 ______________________
2 ______________________
3 ______________________
4 ______________________
5 ______________________
6 ______________________
7 ______________________
8 ______________________
9 ______________________
10 ______________________
11 ______________________
12 ______________________
13 ______________________
14 ______________________
15 ______________________
16 ______________________
17 ______________________
18 ______________________
19 ______________________
20 ______________________
21 ______________________
22 ______________________
23 ______________________
24 ______________________
25 ______________________
26 ______________________
27 ______________________
28 ______________________
29 ______________________
30 ______________________

APRIL
WEDDING ANNIVERSARIES

1 ____________________
2 ____________________
3 ____________________
4 ____________________
5 ____________________
6 ____________________
7 ____________________
8 ____________________
9 ____________________
10 ____________________
11 ____________________
12 ____________________
13 ____________________
14 ____________________
15 ____________________
16 ____________________
17 ____________________
18 ____________________
19 ____________________
20 ____________________
21 ____________________
22 ____________________
23 ____________________
24 ____________________
25 ____________________
26 ____________________
27 ____________________
28 ____________________
29 ____________________
30 ____________________

APRIL
ANNIVERSARIES OF DEATH

1 ____________________
2 ____________________
3 ____________________
4 ____________________
5 ____________________
6 ____________________
7 ____________________
8 ____________________
9 ____________________
10 ____________________
11 ____________________
12 ____________________
13 ____________________
14 ____________________
15 ____________________
16 ____________________
17 ____________________
18 ____________________
19 ____________________
20 ____________________
21 ____________________
22 ____________________
23 ____________________
24 ____________________
25 ____________________
26 ____________________
27 ____________________
28 ____________________
29 ____________________
30 ____________________

MISCELLANEOUS DATES TO REMEMBER FOR APRIL

1 __________
2 __________
3 __________
4 __________
5 __________
6 __________
7 __________
8 __________
9 __________
10 __________
11 __________
12 __________
13 __________
14 __________
15 __________
16 __________
17 __________
18 __________
19 __________
20 __________
21 __________
22 __________
23 __________
24 __________
25 __________
26 __________
27 __________
28 __________
29 __________
30 __________

MAY
BIRTHDAYS

1 __________
2 __________
3 __________
4 __________
5 __________
6 __________
7 __________
8 __________
9 __________
10 __________
11 __________
12 __________
13 __________
14 __________
15 __________
16 __________
17 __________
18 __________
19 __________
20 __________
21 __________
22 __________
23 __________
24 __________
25 __________
26 __________
27 __________
28 __________
29 __________
30 __________
31 __________

MAY
WEDDING ANNIVERSARIES

1 ______________________________
2 ______________________________
3 ______________________________
4 ______________________________
5 ______________________________
6 ______________________________
7 ______________________________
8 ______________________________
9 ______________________________
10 ______________________________
11 ______________________________
12 ______________________________
13 ______________________________
14 ______________________________
15 ______________________________
16 ______________________________
17 ______________________________
18 ______________________________
19 ______________________________
20 ______________________________
21 ______________________________
22 ______________________________
23 ______________________________
24 ______________________________
25 ______________________________
26 ______________________________
27 ______________________________
28 ______________________________
29 ______________________________
30 ______________________________
31 ______________________________

MAY
ANNIVERSARIES OF DEATH

1 ______
2 ______
3 ______
4 ______
5 ______
6 ______
7 ______
8 ______
9 ______
10 ______
11 ______
12 ______
13 ______
14 ______
15 ______
16 ______
17 ______
18 ______
19 ______
20 ______
21 ______
22 ______
23 ______
24 ______
25 ______
26 ______
27 ______
28 ______
29 ______
30 ______
31 ______

MISCELLANEOUS DATES TO REMEMBER FOR MAY

1 ____________________
2 ____________________
3 ____________________
4 ____________________
5 ____________________
6 ____________________
7 ____________________
8 ____________________
9 ____________________
10 ____________________
11 ____________________
12 ____________________
13 ____________________
14 ____________________
15 ____________________
16 ____________________
17 ____________________
18 ____________________
19 ____________________
20 ____________________
21 ____________________
22 ____________________
23 ____________________
24 ____________________
25 ____________________
26 ____________________
27 ____________________
28 ____________________
29 ____________________
30 ____________________
31 ____________________

JUNE
BIRTHDAYS

1 ______
2 ______
3 ______
4 ______
5 ______
6 ______
7 ______
8 ______
9 ______
10 ______
11 ______
12 ______
13 ______
14 ______
15 ______
16 ______
17 ______
18 ______
19 ______
20 ______
21 ______
22 ______
23 ______
24 ______
25 ______
26 ______
27 ______
28 ______
29 ______
30 ______

JUNE
WEDDING ANNIVERSARIES

1 __________
2 __________
3 __________
4 __________
5 __________
6 __________
7 __________
8 __________
9 __________
10 __________
11 __________
12 __________
13 __________
14 __________
15 __________
16 __________
17 __________
18 __________
19 __________
20 __________
21 __________
22 __________
23 __________
24 __________
25 __________
26 __________
27 __________
28 __________
29 __________
30 __________

JUNE
ANNIVERSARIES OF DEATH

1 ____________________
2 ____________________
3 ____________________
4 ____________________
5 ____________________
6 ____________________
7 ____________________
8 ____________________
9 ____________________
10 ____________________
11 ____________________
12 ____________________
13 ____________________
14 ____________________
15 ____________________
16 ____________________
17 ____________________
18 ____________________
19 ____________________
20 ____________________
21 ____________________
22 ____________________
23 ____________________
24 ____________________
25 ____________________
26 ____________________
27 ____________________
28 ____________________
29 ____________________
30 ____________________

MISCELLANEOUS DATES TO REMEMBER FOR JUNE

1 ______________________________
2 ______________________________
3 ______________________________
4 ______________________________
5 ______________________________
6 ______________________________
7 ______________________________
8 ______________________________
9 ______________________________
10 _____________________________
11 _____________________________
12 _____________________________
13 _____________________________
14 _____________________________
15 _____________________________
16 _____________________________
17 _____________________________
18 _____________________________
19 _____________________________
20 _____________________________
21 _____________________________
22 _____________________________
23 _____________________________
24 _____________________________
25 _____________________________
26 _____________________________
27 _____________________________
28 _____________________________
29 _____________________________
30 _____________________________

JULY
BIRTHDAYS

1 ______________________________
2 ______________________________
3 ______________________________
4 ______________________________
5 ______________________________
6 ______________________________
7 ______________________________
8 ______________________________
9 ______________________________
10 ______________________________
11 ______________________________
12 ______________________________
13 ______________________________
14 ______________________________
15 ______________________________
16 ______________________________
17 ______________________________
18 ______________________________
19 ______________________________
20 ______________________________
21 ______________________________
22 ______________________________
23 ______________________________
24 ______________________________
25 ______________________________
26 ______________________________
27 ______________________________
28 ______________________________
29 ______________________________
30 ______________________________
31 ______________________________

JULY
WEDDING ANNIVERSARIES

1 ____
2 ____
3 ____
4 ____
5 ____
6 ____
7 ____
8 ____
9 ____
10 ____
11 ____
12 ____
13 ____
14 ____
15 ____
16 ____
17 ____
18 ____
19 ____
20 ____
21 ____
22 ____
23 ____
24 ____
25 ____
26 ____
27 ____
28 ____
29 ____
30 ____
31 ____

JULY
ANNIVERSARIES OF DEATH

1 ____
2 ____
3 ____
4 ____
5 ____
6 ____
7 ____
8 ____
9 ____
10 ____
11 ____
12 ____
13 ____
14 ____
15 ____
16 ____
17 ____
18 ____
19 ____
20 ____
21 ____
22 ____
23 ____
24 ____
25 ____
26 ____
27 ____
28 ____
29 ____
30 ____
31 ____

MISCELLANEOUS DATES TO REMEMBER FOR JULY

1 ____________________
2 ____________________
3 ____________________
4 ____________________
5 ____________________
6 ____________________
7 ____________________
8 ____________________
9 ____________________
10 ____________________
11 ____________________
12 ____________________
13 ____________________
14 ____________________
15 ____________________
16 ____________________
17 ____________________
18 ____________________
19 ____________________
20 ____________________
21 ____________________
22 ____________________
23 ____________________
24 ____________________
25 ____________________
26 ____________________
27 ____________________
28 ____________________
29 ____________________
30 ____________________
31 ____________________

AUGUST
BIRTHDAYS

1 ______
2 ______
3 ______
4 ______
5 ______
6 ______
7 ______
8 ______
9 ______
10 ______
11 ______
12 ______
13 ______
14 ______
15 ______
16 ______
17 ______
18 ______
19 ______
20 ______
21 ______
22 ______
23 ______
24 ______
25 ______
26 ______
27 ______
28 ______
29 ______
30 ______
31 ______

AUGUST
WEDDING ANNIVERSARIES

1 __________
2 __________
3 __________
4 __________
5 __________
6 __________
7 __________
8 __________
9 __________
10 __________
11 __________
12 __________
13 __________
14 __________
15 __________
16 __________
17 __________
18 __________
19 __________
20 __________
21 __________
22 __________
23 __________
24 __________
25 __________
26 __________
27 __________
28 __________
29 __________
30 __________
31 __________

AUGUST
ANNIVERSARIES OF DEATH

1 ______
2 ______
3 ______
4 ______
5 ______
6 ______
7 ______
8 ______
9 ______
10 ______
11 ______
12 ______
13 ______
14 ______
15 ______
16 ______
17 ______
18 ______
19 ______
20 ______
21 ______
22 ______
23 ______
24 ______
25 ______
26 ______
27 ______
28 ______
29 ______
30 ______
31 ______

MISCELLANEOUS DATES TO REMEMBER FOR AUGUST

1 ______________________________
2 ______________________________
3 ______________________________
4 ______________________________
5 ______________________________
6 ______________________________
7 ______________________________
8 ______________________________
9 ______________________________
10 ______________________________
11 ______________________________
12 ______________________________
13 ______________________________
14 ______________________________
15 ______________________________
16 ______________________________
17 ______________________________
18 ______________________________
19 ______________________________
20 ______________________________
21 ______________________________
22 ______________________________
23 ______________________________
24 ______________________________
25 ______________________________
26 ______________________________
27 ______________________________
28 ______________________________
29 ______________________________
30 ______________________________
31 ______________________________

SEPTEMBER BIRTHDAYS

1 ______________________
2 ______________________
3 ______________________
4 ______________________
5 ______________________
6 ______________________
7 ______________________
8 ______________________
9 ______________________
10 ______________________
11 ______________________
12 ______________________
13 ______________________
14 ______________________
15 ______________________
16 ______________________
17 ______________________
18 ______________________
19 ______________________
20 ______________________
21 ______________________
22 ______________________
23 ______________________
24 ______________________
25 ______________________
26 ______________________
27 ______________________
28 ______________________
29 ______________________
30 ______________________

SEPTEMBER
WEDDING ANNIVERSARIES

1 ______
2 ______
3 ______
4 ______
5 ______
6 ______
7 ______
8 ______
9 ______
10 ______
11 ______
12 ______
13 ______
14 ______
15 ______
16 ______
17 ______
18 ______
19 ______
20 ______
21 ______
22 ______
23 ______
24 ______
25 ______
26 ______
27 ______
28 ______
29 ______
30 ______

SEPTEMBER
ANNIVERSARIES OF DEATH

1 ______
2 ______
3 ______
4 ______
5 ______
6 ______
7 ______
8 ______
9 ______
10 ______
11 ______
12 ______
13 ______
14 ______
15 ______
16 ______
17 ______
18 ______
19 ______
20 ______
21 ______
22 ______
23 ______
24 ______
25 ______
26 ______
27 ______
28 ______
29 ______
30 ______

MISCELLANEOUS DATES TO REMEMBER FOR SEPTEMBER

1 ____

2

3

4

5

6

7

8

9

10

11

12

13

14

15

16

17

18

19

20

21

22

23

24

25

26

27

28

29

30

OCTOBER
BIRTHDAYS

1 ________________________________
2 ________________________________
3 ________________________________
4 ________________________________
5 ________________________________
6 ________________________________
7 ________________________________
8 ________________________________
9 ________________________________
10 ________________________________
11 ________________________________
12 ________________________________
13 ________________________________
14 ________________________________
15 ________________________________
16 ________________________________
17 ________________________________
18 ________________________________
19 ________________________________
20 ________________________________
21 ________________________________
22 ________________________________
23 ________________________________
24 ________________________________
25 ________________________________
26 ________________________________
27 ________________________________
28 ________________________________
29 ________________________________
30 ________________________________
31 ________________________________

OCTOBER
WEDDING ANNIVERSARIES

1 ____________________
2 ____________________
3 ____________________
4 ____________________
5 ____________________
6 ____________________
7 ____________________
8 ____________________
9 ____________________
10 ____________________
11 ____________________
12 ____________________
13 ____________________
14 ____________________
15 ____________________
16 ____________________
17 ____________________
18 ____________________
19 ____________________
20 ____________________
21 ____________________
22 ____________________
23 ____________________
24 ____________________
25 ____________________
26 ____________________
27 ____________________
28 ____________________
29 ____________________
30 ____________________
31 ____________________

OCTOBER
ANNIVERSARIES OF DEATH

1 ____________________
2 ____________________
3 ____________________
4 ____________________
5 ____________________
6 ____________________
7 ____________________
8 ____________________
9 ____________________
10 ____________________
11 ____________________
12 ____________________
13 ____________________
14 ____________________
15 ____________________
16 ____________________
17 ____________________
18 ____________________
19 ____________________
20 ____________________
21 ____________________
22 ____________________
23 ____________________
24 ____________________
25 ____________________
26 ____________________
27 ____________________
28 ____________________
29 ____________________
30 ____________________
31 ____________________

MISCELLANEOUS DATES TO REMEMBER FOR OCTOBER

1 ____________________
2 ____________________
3 ____________________
4 ____________________
5 ____________________
6 ____________________
7 ____________________
8 ____________________
9 ____________________
10 ____________________
11 ____________________
12 ____________________
13 ____________________
14 ____________________
15 ____________________
16 ____________________
17 ____________________
18 ____________________
19 ____________________
20 ____________________
21 ____________________
22 ____________________
23 ____________________
24 ____________________
25 ____________________
26 ____________________
27 ____________________
28 ____________________
29 ____________________
30 ____________________
31 ____________________

NOVEMBER BIRTHDAYS

1 ____________________
2 ____________________
3 ____________________
4 ____________________
5 ____________________
6 ____________________
7 ____________________
8 ____________________
9 ____________________
10 ____________________
11 ____________________
12 ____________________
13 ____________________
14 ____________________
15 ____________________
16 ____________________
17 ____________________
18 ____________________
19 ____________________
20 ____________________
21 ____________________
22 ____________________
23 ____________________
24 ____________________
25 ____________________
26 ____________________
27 ____________________
28 ____________________
29 ____________________
30 ____________________

NOVEMBER
WEDDING ANNIVERSARIES

1 ________________________________

2 ________________________________

3 ________________________________

4 ________________________________

5 ________________________________

6 ________________________________

7 ________________________________

8 ________________________________

9 ________________________________

10 _______________________________

11 _______________________________

12 _______________________________

13 _______________________________

14 _______________________________

15 _______________________________

16 _______________________________

17 _______________________________

18 _______________________________

19 _______________________________

20 _______________________________

21 _______________________________

22 _______________________________

23 _______________________________

24 _______________________________

25 _______________________________

26 _______________________________

27 _______________________________

28 _______________________________

29 _______________________________

30 _______________________________

NOVEMBER
ANNIVERSARIES OF DEATH

1 ____________________
2 ____________________
3 ____________________
4 ____________________
5 ____________________
6 ____________________
7 ____________________
8 ____________________
9 ____________________
10 ____________________
11 ____________________
12 ____________________
13 ____________________
14 ____________________
15 ____________________
16 ____________________
17 ____________________
18 ____________________
19 ____________________
20 ____________________
21 ____________________
22 ____________________
23 ____________________
24 ____________________
25 ____________________
26 ____________________
27 ____________________
28 ____________________
29 ____________________
30 ____________________

MISCELLANEOUS DATES TO REMEMBER FOR NOBEMBER

1 __________
2 __________
3 __________
4 __________
5 __________
6 __________
7 __________
8 __________
9 __________
10 __________
11 __________
12 __________
13 __________
14 __________
15 __________
16 __________
17 __________
18 __________
19 __________
20 __________
21 __________
22 __________
23 __________
24 __________
25 __________
26 __________
27 __________
28 __________
29 __________
30 __________

DECEMBER BIRTHDAYS

1 ______________________________________
2 ______________________________________
3 ______________________________________
4 ______________________________________
5 ______________________________________
6 ______________________________________
7 ______________________________________
8 ______________________________________
9 ______________________________________
10 _____________________________________
11 _____________________________________
12 _____________________________________
13 _____________________________________
14 _____________________________________
15 _____________________________________
16 _____________________________________
17 _____________________________________
18 _____________________________________
19 _____________________________________
20 _____________________________________
21 _____________________________________
22 _____________________________________
23 _____________________________________
24 _____________________________________
25 _____________________________________
26 _____________________________________
27 _____________________________________
28 _____________________________________
29 _____________________________________
30 _____________________________________
31 _____________________________________

DECEMBER
WEDDING ANNIVERSARIES

1 ___
2 ___
3 ___
4 ___
5 ___
6 ___
7 ___
8 ___
9 ___
10 ___
11 ___
12 ___
13 ___
14 ___
15 ___
16 ___
17 ___
18 ___
19 ___
20 ___
21 ___
22 ___
23 ___
24 ___
25 ___
26 ___
27 ___
28 ___
29 ___
30 ___
31 ___

DECEMBER
ANNIVERSARIES OF DEATH

1 ______
2 ______
3 ______
4 ______
5 ______
6 ______
7 ______
8 ______
9 ______
10 ______
11 ______
12 ______
13 ______
14 ______
15 ______
16 ______
17 ______
18 ______
19 ______
20 ______
21 ______
22 ______
23 ______
24 ______
25 ______
26 ______
27 ______
28 ______
29 ______
30 ______
31 ______

MISCELLANEOUS DATES TO REMEMBER FOR DECEMBER

1 ____
2 ____
3 ____
4 ____
5 ____
6 ____
7 ____
8 ____
9 ____
10 ____
11 ____
12 ____
13 ____
14 ____
15 ____
16 ____
17 ____
18 ____
19 ____
20 ____
21 ____
22 ____
23 ____
24 ____
25 ____
26 ____
27 ____
28 ____
29 ____
30 ____
31 ____

CHRISTMAS CARD LIST

Name	20__	20__	20__	20__

CHRISTMAS CARD LIST

Name	20__	20__	20__	20__

ABOUT THE AUTHOR

Since 2010, Lisa M Buske, shares her story of hope and healing after the tragic abduction of her only sister, Heidi M. Allen, on Easter Sunday 1994.

It wasn't until 2004 when Lisa learned the Only One able to fill the void left from Heidi's absence, God. Heidi remains one of America's missing, yet Lisa's outlook on life is positive and encouraging because of the her relationship with God.

While finishing her first book, *Where's Heidi? One Sister's Journey*, Lisa started to share her inspirational story of hope and healing through the spoken word. She is passionate with her writing and speaking.

Lisa M Buske connects with her audiences on an intimate level and encourages them to apply her message to their own life because there isn't a gage for whose situation is better or worse.
Pain is pain, Lisa's just made it on the front page.

If you are looking for an inspirational speaker to encourage your women's group, church, youth group, or organization ~ contact Lisa today.

http://LisaMBuske.com
lbuskewriter@aol.com
P.O. Box 261
New Haven, New York 13121

Other Books by Lisa M Buske:

When the Waves Subside: There is Hope
Where's Heidi? One Sister's Journey